தேடல்

மு.மங்கை

ஏலே பதிப்பகம்

அணிந்துரை

ஒரு படைப்புக் கலைஞன் எப்படி உருவாக முடியும்,திட்டமிட்டு ஒரு கலைஞனை உருவாக்க முடியுமா? என்ற கேள்விக்கு விடைதேடிப் புறப்பட்டால் அதற்கான விடை இல்லையென்றுதான் கூறமுடியும்.படைப்பாளியை அச்சில் வார்த்து உருவாக்கிட முடியாது.படைப்பாளன் உருவாகும் சூழ்நிலையை உருவாக்கி கொடுக்கவேண்டும். ஓசோ கூறுவார் விதை முளைப்பதற்கான சூழ்நிலையை உருவாக்கி கொடுத்துவிடு .விதை தானே முளைத்துவிடும் என்பார்.அப்படி முதலாமாண்டு படிக்கும் மாணவி மு.மங்கை தனக்கான சூழ்நிலையை உருவாக்கி கொண்டார்.உங்கள் கைகளில்" தேடல்" கவிதை நூலாக பயணிக்கிறது.

முதலாம் ஆண்டு படிக்கும் மாணவர் அதுவும் பெண் கவிஞராக முடியுமா?அவள் காதல் கவிதை பாடினாள் மற்றவரின் பார்வை எப்படி இருக்கும் ஒரு ஆண் தன் படைப்புகளில் காதல் பற்றி பேசுவதற்கு இருக்கும் சுதந்திரம் பெண்ணிற்கு இருக்குமா அப்படி இருந்தால் அவரது செயல்பாடு நமக்குள் பகடி செய்யும். அவர்பற்றி நமக்குள் ஆயிரம் கேள்விகள் . எது எப்படி இருந்தாலும் தன் மனசு பேசும் மொழியை துணிவோடு பதிவு செய்திருக்கிறார் கவிஞர் மு.மங்கை.

மாணவர்கள் எல்லோரும் செல்பேசிகளில் மூழ்கிக்கிடக்கிறார்கள் இவர்கள் எதிர்காலத்தில் எப்படி இருப்பார்களோ என்று மூத்தவர்கள் கவலையோடு தங்களுக்குள் கேள்வி கேட்கிறார்கள்.எல்லா காலங்களிலும் சிலர் அப்படித்தான் இருப்பார்கள்.சிலர் மட்டுமே ஆக்கப்பூர்வமான செயல்பாடுகளில் தங்களை ஆட்படுத்திக்கொள்கிறார்கள். அப்படி தன்னை தனித்து அடையாளம் காட்டினார்

இவர் எழுதும் சின்ன சின்ன கவிதைகளை
வகுப்பறையில் வாசித்து அவரை அடையாளப்
படுத்தினேன் .கவிஞர் புவியரசு கூறுவார்"இன்சொற்கள்
கூருவதினால் நாக்கு புண்ணவதில்லை" நான் கூறிய
இன்சொற்கள் அவரை கவிஞராக
அடையாளப்படுத்துகிறது .எதிர் காலத்தில் நல்ல
மனுஷியாக இருப்பார். தீமைகளுக்கு எதிராக
செயல்படுவார் என்பது அவரது படைப்புகள் நமக்குச்
சொல்கின்றன.

> **"அம்மா அப்பா இல்லாதவர்கள்**
> **அனாதை அல்ல**
> **அழுதிடும் போது ஆறுதல் கூறி**
> **அரவணைக்க ஆள் இல்லாதவர்களே**
> **அனாதைகள்."**

  நம் துன்பத்தின் போது ஆறுதல் சொல்ல
யாருமற்றவராக இருந்துவிடக்கூடாது. அப்படி
இருந்துவிட்டால் நாம் அனாதை என்கிறார்.உறவுகளை
மேம்படுத்த வேண்டும் அதிலும் நட்பு நம்மை
மென்மையுள்ள மனிதனாக அடையாளப்படுத்தும்
என்று கூறுகிறார்.

அம்மாவைப் பற்றி தனிக்கவிதையில்
இப்படிப்பேசுகிரால்,

> **"ஆயிரம் முறை அதட்டினாலும் அடித்தாலும்**
> **தன் குழந்தை அழுவதைப் பார்த்த**
> **அடுத்த ஐந்தாவது நிமிடம்**
> **தானும் அழுது அரவணைப்பால்**
> **அன்போடும் ஆசையோடும்   அம்மா..."**

என்று சொல்வதின் வழியாக தாய்மையின்
தனித்துவத்தை தெளிவாக பேசுகிறது கவிதை.

வாழ்கையில் நம்பிக்கை நம்மை மேம்படுத்தும் என்று
கூறவரும் கவிஞர் இப்படி கூறுகின்றார்,

"புழுவைப் போல சிலரால்
புறக்கணிக்கப்படலாம்   பட்டாம்பூச்சியாக
மாறி , உன் சிறகை நீ விரிக்கும் பொழுது
ரசிக்கப்படுவாய்
காத்திரு உனக்கான காலம் வரும்வரை
விழித்திரு உனக்கான வெற்றியை
பெறும்வரை."

    ஒரு கல் காத்திருக்கிறது சிலையாகும்
வரை.அப்போதுதான் அது போற்றப்படும்
கலைவடிவமாக மாறும்.உனக்கு சிறகு முளைக்கும்
என்ற நம்பிக்கையில் தான் வானவீதியில் உன்னால்
பயணிக்க முடியும் என்று நம்பிக்கையோடு
பேசுகிறார்.இவரது கவிதை வெற்றுப் புலம்பலாக
இல்லாமல் நம்பிக்கையை தோள்தொட்டு
பேசுகிறது.தேடல் மனித சமுதாயத்தின் ஆகச்சிறந்த
முயற்சி.அதன் பயன்தான் நம் பயன்படுத்தும் எல்லாமே.

 தேடலில் எதைத் தேடுவது எப்படித் தேடுவது என்பதை
அவரவர்கள்தான் முடிவு செய்ய வேண்டும் .இந்த
வாழ்க்கை பேரன்பு நிறைந்தது.நீதான் அதைக்கண்டு
தேட வேண்டும்.

   " தேடல் உள்ளவர்கள்
    தேடி வாசித்தால்
    உங்கள் தேடல் தென்படும்"

தோழமையுடன்
த.திலில்குமார்.

வாழ்த்துரை

என் அன்பிற்குரிய மாணவி அலமேலு மங்கை
அவர்களின் கவிதைத் தொகுப்பிற்கு துறைத் தலைவர்
என்ற உரிமையில் வாசித்த சந்தோஷத்தில் அவரைப்
பாராட்டுகிறேன்.அவருடைய கவிதைகள் நாட்டு நடப்பு
பற்றியும் ,அதாவது தமிழகம் முதல் மாநிலமாக
மாறியது மது விற்பனையில் மாணவி அதை தெளிவாக
குறிப்பிடுகிறார்
"அரசாங்கத்தின் அலட்சியத்தால்
அழியும் தமிழகக் குடும்பங்கள்" என்றும்
காதல் பற்றியும்,
"எப்பொழுதும் அவளுடனே இருந்தாலும்
என்னைக் காதலனாய் பார்க்காமல்
வெறும் காவலனாய் மட்டுமே பார்க்கிறாள்" என்றும்
நட்பு பற்றியும்,
"காதலின்றி ஆசையின்றி
சொந்தமின்றி சோகமின்றி
வந்தது நட்பு" என்றும் கூறியுள்ளார்.
எல்லா கவிதைகளும் மனதை தொடும்படியும் ஆழ்ந்து
சிந்திக்கும் படியும் இருக்கிறது.மீண்டும் மீண்டும்
எண்ணங்களை பிரதிபலிக்கும் வகையில் கவிதை
தொகுப்புகளை வெளியிட என்னுடைய வாழ்த்துக்கள்.

இப்படிக்கு
முனைவர் தி.ஜெயகுமார்
வணிகவியல் துறை
இந்துஸ்தான் கலை மற்றும் அறிவியல் கல்லூரி
கோயம்புத்தூர்.

என்னுரை

கவிதைகள் எழுத அனுபவங்கள் தேவையில்லை ஆழ்மனதிலுள்ள ஆசைகளும் ரசிக்கும் தன்மையும் போதும். என் மனதில் நான் கொண்ட ஆசைகளையும் நான் என் மனம் கொண்டு ரசித்ததையும் எழுத்து வடிவில் காட்டினேன். அது கவிதையாக உருமாறியது. 12ஆம் வகுப்பு வரை எந்த ஒரு தனித்திறனும் இல்லாத என்னை இந்த இந்துஸ்தான் கல்லூரி எனக்குள் தேடவைத்தது என்னால் என்ன முடியும் என்று. தேடித் தேடி கண்டுப்பிடித்தேன் என்னுள் இருந்த திறனை வகுப்பில் கவிதை வாசித்தபோது மாணவர்களின் கைத்தட்டலும் உற்சாகமும் என் வெற்றிக்கு வழி வகுத்தது. இன்று ஓர் கவிஞராக என்னை மாற்றியது இந்துஸ்தான் கல்லூரி.என் கல்லூரிக்கு என் நன்றிகள்.

வாசிப்பு முற்றம் மற்றும் மாற்றுக்களத்தின் மூலம் பல மாணவர்களின் மனதில் நல்ல மாற்றத்தைக் கொண்டு வந்தவர்.என் கவிதை பயணத்தில் முக்கிய பங்காக இருந்து பெரும் உதவி செய்த எம் இந்துஸ்தான் கல்லூரியின் துணைமுதல்வர் மற்றும் தமிழ் துறைத் தலைவர் மற்றும் நாடக ஆளுமை திரு.த. திலீப் குமார் ஐயாவிற்கு என் சிரம் தாழ்ந்த நான்றியைக் கூறுகிறேன்.

வணிகத் துறையில் முதலாமாண்டு பயின்று வரும் எனக்கு என் கவிதை தொகுப்பினை வெளியிட முற்றிலுமாய் துணையாய் இருந்த என் துறைத் தலைவர் Dr.T.ஜெயகுமார் அவர்களுக்கும் என் வகுப்பின் பேராசிரியர் திருமதி. செள.சங்கீதா அவர்களுக்கும் என் நன்றியைக் கூறுகிறேன்.

வாரா வாரம் நான் சென்ற வாசிப்பு முற்றம் என்
வாழ்வின் மறு பக்கத்தை மாற்றியது. கிறுக்களாய்
இருந்த என் எழுத்துக்களை கவிதையாய் மற்ற
உதவியது. மற்றவர் பார்வையில் என்னை முதன்
முறையாக கவிஞராக அறிமுகம் படுத்தி கைத்தட்டல்
வாங்கி கொடுத்த சகோதரி சுவேதா கண்ணதாசன்
அவர்களுக்கும் வாசிப்பு முற்றத்திற்க்கும் நன்றி.

ஒவ்வொரு நாளும் என்னை தன்
வார்த்தைகளால் செதுக்கி என் தோளைத்
தட்டிக்கொடுத்து என்னை ஊக்குவித்து பாராட்டிப்
புகழ்ந்த என் உயிர் நண்பர்களுக்கு என் நெஞ்சார்ந்த
நன்றிகள்...

தவமாய் தவமிருந்து என்னை பெற்றெடுத்த என்
தேவைகளை அளவுக்கு அதிகமாக பூர்த்தி செய்து
இன்று என் வெற்றிக்கண்டு கர்வம் கொண்ட
கண்ணீரோடு என்னை ஆசிர்வாதம் செய்யும் என் தாய்
தந்தை தி.முத்துராமலிங்கம் &மு.கலா மற்றும் என்
உடன் பிறந்த அண்ணன் திருஞானசம்பந்தம்
ஆகியோருக்கு என் சிரம் தாழ்ந்த வணக்கத்தையும்
நன்றியையும் கூறுகிறேன்.

நூலின் அட்டைப்படம் தயாரித்துத் தந்த தமிழ்
முனைவர் திரு.ந.ராஜேந்திரன் அவர்களுக்கும் மற்ற
தமிழ் ஆசிரியர்களுக்கும் என் நன்றிகள்.

முடிவில் எல்லா நேரத்திலும் எனக்கு
துணையாய் இருந்து என்னை வழி நடத்திய அந்த
இறைவனுக்கு என் மனமார்ந்த நன்றிகள்.

*****மு.மங்கை******

உன்னை கண்ட நொடியில்
உன் பிம்பம் விழுந்தது என் கண்களில் அல்ல
என் இதயத்தில்...

●

உன் மூச்சுக் காற்றும்
என் மூச்சுக் காற்றும்
ஒன்றாய் கலந்த பின்
ஓர் புதிய மூச்சுக் காற்று
இந்த உலகைச் சந்திக்கும்.

அம்மா அப்பா இல்லாதவர்கள்
அனாதை அல்ல
அழுதிடும் போது ஆறுதல் கூறி
அரவணைக்க ஆள் இல்லாதவர்களே அனாதைகள்.

●

மனம் இறுக்கமாக இருக்கிறதா
பிஞ்சு குழந்தை முகத்தின்
புன்னகையைப் பார்
நெஞ்சத்தின் நஞ்செல்லாம்
பஞ்சாய் பறந்துவிடும்.

வலி கொண்ட மனம் கேட்கும் உன் உயிரை
பலியாய் கொடுத்து விடாதே உன் உயிரை
தொட முயன்றிடு உயர்வை
அதற்கு ஆனிவேர் உன் வியர்வை.

●

சாதிக்க சாதி தேவையில்லை சாமர்த்தியம் போதும்
வெற்றி பெற வேகமும் மனஉறுதியும் போதும்
முன்னேற முழு முயற்சி போதும்
உயர்வைத் தொட உழைப்பு ஒன்றே போதும்...

●

ஆயிரம் முறை அதட்டினாலும் அடித்தாலும்
தன் குழந்தை அழுவதைப் பார்த்த
அடுத்த ஐந்தாவது நிமிடம்
தானும் அழுது அரவணைப்பால்
அன்போடும் ஆசையோடும் அம்மா...

●

புகை பிடிக்கவும் இல்லை
புகை மூட்டத்தில் நிற்கவும் இல்லை
ஆனால் ஏனோ
என்னால் புன்னகைக்கவும் முடியவில்லை
நான் புதிதாய் பிறந்த புற்றுநோயாளி.

●

அவன் மொழி கொண்டு பேசினான் அவன் காதலை
மறுத்தேன்
அவன் விழி கொண்டு பேசினான்
என் காதலை மறைத்தேன்
பெற்றோருக்காக...

●

தாயின் தாலாட்டு சுகத்தைப் பெறுவேன்
தாய் மொழி தமிழை என்னும்போதெல்லாம்.

புழுவைப் போல சிலரால் புறக்கணிக்கப்படலாம்
பட்டாம்பூச்சியாக மாறி
உன் சிறகை நீ விரிக்கும் பொழுது ரசிக்கப்படுவாய்
காத்திரு உனக்கான காலம் வரும்வரை
விழித்திரு உனக்கான வெற்றியை பெறும்வரை.

மனைவியோ பிரசவ வலியிலே
குடிகார கணவனோ பிராந்திக்கடையிலே
பெற்றெடுத்த பிள்ளையோ அப்பா வருவார் புத்தகம்
வாங்கி தருவார் என்று காத்துக்கிடக்க
தந்தையோ போதை தலைக்கேறி உலகை மறந்து நடு
ரோட்டில் கிடக்கிறார்
அரசாங்கத்தின் அலட்சியத்தால்
அழியும் தமிழகக் குடும்பங்கள்.

நான் வெளிவந்த பின் உள் செல்ல ஏங்கினேன்
ஏமாற்றமே கிடைத்தது அது என் தாயின் கருவறை
நான் உள் சென்ற பின் வெளியேற தவித்தேன்
அங்கும் எனக்கு ஏமாற்றமே கிடைத்தது
அது என் கல்லறை
ஏமாற்றம் ஒன்றே
என் வாழ்வில் ஏமாற்றம் இல்லாமல்
எனக்கு கிடைத்தது...

இறக்கும் நொடியிலும் என் இதயமானது அந்த
இறைவனிடம் கேட்டது என் இனிய நண்பனை பார்க்க
வேண்டும் என்று...

சில நேரம் அன்னை போல கட்டியனைப்பாள்
சில நேரம் ஆசிரியர் போல கடிந்துரைப்பாள்
சில நேரம் கொஞ்சிக் கொஞ்சி முத்தமிடுவாள்
சில நேரம் கோவித்துக்கொண்டு முறைப்பாள்
சில நேரம் நான் அவளை அரக்கி என்றழைப்பேன்
ஆனால்அவள் அரக்கி அல்ல அவள் என் ஆரூயிர்
அக்கா...

●

உனக்காக கடலையும் தாண்டுவேன் என்று சொல்லி
காதல் செய்தவனுக்கு
இன்று என் காதலோடு சேர்த்து கண்ணீரும் காணலக
தெரிவது ஏனோ?

●

மனம் முழுக்க இறுக்கம்
அதனால் இரவில் இல்லை உறக்கம்
வெளியில் சொல்ல தயக்கம்...
என்னை தடுப்பதோ என் வெட்கம்...
என்னவனை சேரும் நாள் வந்தால் அந்நாள் முதல் என்
வாழ்வே சொர்கம்...

●

நம் வகுப்பறையும்
தாயின் கருவறையும்
ஒன்று தான்
உள்ளிருந்தவரை உல்லாசம்
வெளிவந்தபின்
உலகத்தோடு போராட்டம்.

கருமேகத்திலிருந்து கொட்டிடும் மழைத்துளிப்போல
கடலில் துள்ளி வரும் கடல் அலைகளைப் போல
கண்ணீரைத் துடைத்திட வரும்
கரங்களைப் போல
கட்டுப்படுத்திய மனதை
உடைத்து வருகிறது இந்த
முதல் காதல்....

காதலின் பின் ஓடாதே காலங்கள் கடந்திடும்
கவலைகளும் கஷ்டங்களும் உன்னைக் கட்டிப்போடும்
கனவின் பின் ஓடிடு காலத்தோடு சேர்த்து காதலும்
கைகூடும்.

●

அப்பாவி போல் நடிக்கும் உன் கண்கள்
என்னை அடிமையாக்குதடி கண்ணே
உன் பார்வை என் மீது படுமெனில்
வானம் கூட தூறமில்லை.

●

அன்னையின் அளவில்லா அன்பு அழகு
ஆனவம் இல்லா அறிவு அழகு
இயற்கை தரும் இன்னிசை அழகு
ஈரமான ரோஜாவின் மீதுள்ள பனித்துளி அழகு
உயிராய் பழகும் நட்பு அழகு
ஊமைகளின் மௌன மொழி அழகு
எறும்பாய் ஊறும் நினைவுகள் அழகு
ஏமாற்றம் இல்லா உறவுகள் அழகு
ஐயம் கொல்லா நெஞ்சம் அழகு
ஒவ்வொரு நாளும் வந்து போகும் நட்சத்திரங்கள் அழகு
ஓவியத்தைப் போல தீட்டப்பட்ட அவளது கண்கள் அழகு
ஔவியம் கொல்லா வாழ்வும் அழகே
(ஔவியம்- பொறாமை)

●

அன்று தென்றலாய் நீ வந்தாய் புத்தம் புதிய பூவாய்
நான் பூத்தேன்
இன்று நீ எங்கு சென்றாய்
உன் நினைவுகள் புயலாய் மாறி என்னை வதைக்கிறது.

●

ஆசை இருக்கும் வரை முக
அழகு ஆயுள் வரை வேண்டும் அக அழகு

ஆசை மகளுக்கு ஆயிரம் முத்தமிடுபவர்
அன்னை அடிக்குமுன் அள்ளி அனைப்பவர்
தோளில் தூக்கி உலகை காட்டியவர் தோளை
தட்டிக்கொடுத்து ஊக்கம் ஊட்டியவர்
சாப்பாட்டையும் சந்தோஷத்தையும்
விட்டுக்கொடுத்தவர்
சாதிக்கக் கத்துக்கொடுத்தவர்
கஷ்டத்தைச் சொல்லி வளர்த்தவர்
கடவுளாய் கண்முன் நின்றவர்
என்னைக் கொஞ்சிடத் தெரியாதவர்
எவராலும் மிஞ்சிட முடியாதவர்
முத்தாய் எங்களைப் பெற்றெடுத்தவர்
என் அப்பா...

●

எப்பொழுதும் அவளுடனே இருந்தாலும்
என்னைக் காதலனாய் பார்க்காமல்
வெறும் காவலனாய் மட்டுமே பார்க்கிறாள்
மனம் வருந்துகிறது
ரோஜாவின் மீது காதல் கொண்ட முள்...

மன அமைதிக்காக மண்ணிடம் மன்றடினேன்
அது மரணம் என்ற போர்வைக்கொண்டு
தன் மடியில் என்னை உறங்கச்செய்தது...

●

வெயில் மழை பார்க்காமல்
உன்னுடன் பயணம் செய்தேன்
உன் பாதம் பஞ்சாய் இருந்திட நான் பாடாய் படுகிறேன்
உனக்கு வந்த வலியை நான் வாங்கினேன்
உன்னை முழுமையாய் நான் தாங்கினேன்
என்னை ஏன் வாசலோடு நிறுத்திவிடுகிறாய்...?

●

கடலும் உப்புமாய்
மழையும் மண்வாசனையுமாய்
நிழலும் நிஜமுமாய்
சொல்லும் பொருளுமாய்
உடலும் உயிரும்மாய்
நீயும் நானும்
காலமெல்லாம் ...

●

விடுதலைக்காகக் காத்திருந்த நாட்கள்
ரசம் என்ற பெயரில் விஷம் உண்ட நாட்கள்
வெறும் தட்டை வேடிக்கைப் பார்த்தபடி
உறங்கிய நாட்கள்
வீட்டுச் சுவைக்கு ஏங்கிய நாட்கள்
வீரச் சண்டைகளும் வெட்டிப் பேச்சுக்களும்
நிறைந்த நாட்கள்
மெத்தையாய் நண்பர்கள் மாறிய நாட்கள்
மேலும் பல சுகங்களும் சுமைகளும் நிறைந்த நாட்கள்
கல்லூரி விடுதி நாட்கள்...

கடல் அலையாய்
வாழ்வின் இன்ப துன்பங்கள்
வந்து வந்து செல்லும்
எந்நாளும் நிற்காது
சொன்னாலும் கேட்காது.

காதலின்றி காமமின்றி
ஆசையின்றி அழிவின்றி
சொந்தமின்றி பந்தமின்றி
சோகமின்றி சுயநலமின்றி
சொர்க்கமாய் என்னுள் வந்து சேர்ந்த உறவுகள்
நண்பர்கள்.

●

சிட்டுக்குருவிகள் சிதைந்து போனது செல்போனினாலே
பாசங்கள் பறிபோனது பணத்தினாலே
பெண்களின் மானம் சூரையாடப்பட்டது
சில ஆண்களாலே
ஆற்று நீரும் மணலும் அழிக்கப்படுகின்றன சில
அரசியல்வாதிகளாலே
நம் நாடு கேடுக்கெட்டுப் போகிறது
சில நாகரிக நரிகளாலே
மாற்றம் கொண்டுவரப்படும் சில மாணவ
படைகளாலே...

●

வானம் பார்த்த பூமி வாடிப்போச்சு
வெத நெலெல்லாம் கருகிப்போச்சு
வயநிலமெல்லாம் விற்பனையாச்சு விவசாயிகளின்
நிலையோ வேதனையாச்சு
வயிற்றுப் பசியைப் போக்கியவன் இறுதியில்
வாழ வழியின்றி விஷம் குடிச்சாச்சு.

வீரமும் வம்பும் நிறைந்த ஊரு
மகாகவியை மாரில் சுமந்த ஊரு
மூச்சடக்கி முத்தெடுக்கும் ஊரு
உணவின் உயிரான உப்பு விளையும் ஊரு
பிரச்சனைகளுக்கு அஞ்சாத ஊரு
போராட்டங்களுக்கு நெஞ்சை நிமிர்த்தும் ஊரு
துறைமுகத்தால் தூக்கி நிறுத்தப்பட்ட ஊரு எங்க
துத்துக்குடி...

"டேய் அண்ணா" என்ற ஒற்றைச் சொல் போதும்
அவளின் அளவில்லா அன்பையும்
அண்ணன் மீது கொண்ட அதிகாரத்தையும்
எல்லோருக்கும் எடுத்துச் சொல்லும்...

லமணிநேரம் பாசவுரை
இறுதியில்
பேச எதுவும் இல்லை
இருப்பினும்
அலைபேசியை அனைக்கும் முன் கொண்டோம்
ஓர் ஐந்து நிமிடம்
மௌனமாய்
அவளின் மூச்சுக் காற்றை
நான் வாவாங்கினேன்..

●

என்னைத்
தாயைக் காட்டிலும் அதிகம் நேசிப்பது தனிமையே
தந்தையைக் காட்டிலும்
அதிகம் கத்துக்கொடுத்ததும்
தனிமையே
தோழியைக் காட்டிலும்
அதிகம் பழகுவதும்
தனிமையே
காதலனைக் காட்டிலும்
அதிகம் காதல் செய்வதும்
தனிமையே
ஏன் எவராலும் துணை வரமுடியாத கல்லறைக்குக் கூட
துணையாய் வருவதும்
இந்த தனிமையே...

●

வாழ்வின் தொடக்கமோ பெண் வயிற்றில்
பெற்றெடுக்கும் உரிமையோ பெண்ணுக்குரியது
வாழ்வின் முற்றுப்புள்ளி மட்டும் ஏன் பெண் கையில்
இருக்கக்கூடாது? கொள்ளி வைக்கும் உரிமை
ஆண்களுக்கு மட்டும்
ஏன்?
சமூகத்தில் விடையில்லா கேள்வியாய் இது...

●

எவரும் அறியாத என் ஆசைகளை
நீ அறிந்தாய்
எவரும் காணாத என் அழுகையை
நீ கண்டாய்
எவருக்கும் தெரியாத என் கோபத்தை
நீ தெரிந்துக் கொண்டாய்
எவரும் புரிந்துகொள்ளா என் பாசத்தை
நீ புரிந்துக் கொண்டாய்
என்றுமே பொய்யின்றி புதுமையின்றி என்னை எனக்கே
உண்மையாய் காட்டிடும் ஒரே நண்பன்(கண்ணாடி).

சிக்கிக்கொண்டோம் தாய்க்கும் தாரத்திற்கும் நடுவில்
சிக்கிக்கொண்டோம் நட்புக்கும் காதலுக்கும் நடுவில்
சிக்கிக்கொண்டோம் சூழ்நிலைக்கும்
சுயமரியாதைக்கும் நடுவில்
சிக்கிக்கொண்டோம் பிறப்பிற்கும் இறப்பிற்கும் நடுவில்
வெற்றிக் கொள்வோம் விதியை மதியால் வென்று...

நாம் உயிராய் நினைத்த உறவுகள் நம்மை உதரித்தள்ளி
போகும்போது உயிரின்றி உணர்வின்றி
உறைந்து போகும் நம் மனம்
நாம் பாகையாய் நினைத்த உறவுகள் நம்மீது பாசம்
காட்டி போகும்போது கல்லாய் இருந்த நெஞ்சமும்
கரைந்து போகும்.

பாதியில் வந்த காதலுக்காக
பழகிய நண்பர்களை விட்டுவிடாதே பிறக்கும்முன்
உன்னை கருவில் சுமந்த தாய்க்கு நிகரடா
இறந்தபின் உன்னை தோளில் சுமந்து செல்லும் உன்
நண்பர்கள்...

●

சின்ன சின்ன சண்டைங்க
பல பல பஞ்சாயத்துங்க
உணவை ஊட்டி விளையாடும் குழந்தைங்க
உல்லாசமாக ஊரைச் சுத்தும் பட்டாம்பூச்சிங்க
பாசம்னா பணிஞ்சு போவோங்க
பகைனா துணிஞ்சு வெளுபோழுங்க
நட்பின் பெயர் சொல்லிப் பாருங்க நரம்பெல்லாம்
துடிக்குங்க
என்றும் கூத்தாட வைக்கும்
குள்ளநரி கூட்டம் நாங்க...

●

வியக்க வியக்க பார்க்க வைக்குதடி உன் கரு விழிகள்
கைவிரல் கோதி கன்னம் உரசி போனதாடி உன் தலை
முடிகள்
மூக்கின் மேல் கண்டேனடி சின்னதாய் ஒரு கரு நிலவை
இதழின் இடையே கண்டுப் பிடித்தேனடி ஓர்
கள்ளச்சிரிப்பை
என்றுமே என் தேவதை நீயடி...

கைவிரல் கோர்த்து நடக்க வேண்டும்
பாதை முடியும் வரை அல்ல
பாசம் முடியும் வரை
இமைக்காமல் கான வேண்டும்
உறங்கும் வரை அல்ல
உயிர் உள்ள வரை
மடி சாய வேண்டும்
மயக்கம் தீரும் வரை அல்ல
மரணத்தின் மடி சாயும் வரை...

ஓய்வின்றி உலகை சுற்றி வரும்
ஒவ்வொருநாளும் புதிதாய் வரும்
கண்கொண்டு கண்டிட முடியாது
கை நீட்டி தொட்டிட முடியாது
கடவுள் போல கர்வம் கொண்டு சுற்றிக்
கொண்டிருக்கும் காற்று...

●

உன் காலணியை எடுத்துப் பார்
நீ கடந்துவந்த பாதையிலுள்ள கஷ்டங்கள் தெரியும்
தலை நிமிர்ந்து வானைப் பார்
நீ உயர வேண்டிய தூரம் புரியும்.

●

உறவுகளை பிரிந்து
உணவினை மறந்து
உயிரைச் துச்சமாய் எண்ணி
தூக்கம் தொளைத்து
துப்பாக்கியை கையிலும்
பெற்றவர்களின் நினைவை நெஞ்சிலும்
ஏந்திக்கொண்டு
தம் தாய் நாட்டைக் காக்க
தாக்குதலுக்கு தயாராகும் ஒவ்வொரு மாவீரனின்
பாதங்களையும் பணிந்து
என் விழி நீரும் வியர்வைத் துளியும் கொண்டு நன்றி
கூறவேண்டும்...

●

காலம் கழியும் முன்னே கணவனைப் பிரிந்தேன்
இளமையில் இருந்தும் தனிமையில் வாடினேன்
வண்ணம் போனது வெள்ளையாடை நிரந்தரமானது
கண்களின் கண்ணீர் கீழ்விழும் முன்னே
வந்தவரெல்லம் வழங்கிச் சென்றனர் விதவை என்ற
பட்டத்தை....

வலிகள் உனக்கு வாழக் கற்றுக்கொடுக்கும்
வலிகள் உனக்கு சாகவும் கற்றுக்கொடிக்கும்
வலிகள் உன்னைத் தனிமை படுத்தும்
வலிகள் உன்னைத் தவிக்க வைக்கும்
வலிகள் உன்னை வெற்றிப் பெறச் செய்யும்
வலிகள் உன்னைத் தோல்வியிலும் தள்ளும்
தேர்வு செய் வலிகளின் மூலம் உனக்கான வழியை...

●

வானில் நான் கண்டது முழு நிலவு அல்ல
அது உன் கண்ணின் கரு விழி
வானில் நான் கண்டது நட்சத்திரங்கள் அல்ல
அது உன் கால் கொலுசின் முத்துக்கள்
வானில் நான் கண்டது வானவில்
அல்ல
அது உன் அழகிய கருத்தப் புருவம்
வானில் நான் கண்டது மேகங்கள்
அல்ல
அது உன் மெல்லிய நினைவுகள்...

●

அன்று அவன் நெருங்கி வந்தான்
காதலோடும் காமத்தோடும்
இன்று அவன் நெருங்கி வருகிறான்
ஆசையோடும் அக்கரையோடும்
தாகம் தனிந்தது மோகம் தொளைந்தது
தந்தை ஆனதும்
ஆண்களுக்கு நடக்காத ஓர் அதிசயம்
பெண்ணின் மென்மையால் அவளின் அங்கிகாரமாய்
அவள் கொள்ளும் ஓர் மறு ஜென்மம் தாய்மை...

●

சிந்தனைகளை வைத்திருக்கும் இடம்
அலைபேசியை அமைதியாக்கும்
இடம்
நண்பர்களின் ஓசை இல்லா சிறிப்பைக் காணும் இடம்
காதலர்கள் கண்சாடைக் காட்டிடும்
இடம்
காதல் கடிதங்கள் கைமாறும்
இடம்
நூற்றுக்கணக்கான மேதைகளை உருவாக்கிய இடம்
இந்த நூலகம்.

●

கைகள் கோர்த்துக் கொள்வோம் தோள்கள் சாய்ந்துக்
கொள்வோம்
நாங்கள் காதலர்கள் அல்ல
நடு ரோட்டில் கூட சண்டையிடுவோம்
நாங்கள் எதிரிகள் அல்ல
அழுதிடும் பொழுது அனைத்துக் கொள்வோம்
எங்களுக்குள் காமம் எழுவதில்லை
எல்லோராலும் உணர்ந்திட முடியாத ஓர் உன்னத உறவு
உயிரைக் கொடுக்கவும் தயங்காது உயிர் நட்பு...

●

அன்றோ நீ காதலி
உன் நினைவில் உறக்கமின்றி தலயணையைக்
கட்டிக்கொண்டேன்
இன்றோ நீ மனைவி
உறங்க விருப்பமின்றி
தலயணையாக உன்னையே கட்டிக்கொண்டேன்

கடலாய் நீ
அலையாய் நான்
உன்னால் தான் அலைகிறேன்
காற்றாய் நீ
மரமாய் நான்
உன்னால் தான் அசைகிறேன்
சித்திரை வெயிலாய் நீ
சின்னஞ் சிறு பூவாய் நான்
உன்னால் தான் வாடுகிறேன்
காதலாய் நீ
காதலனாய் நான்....

●

குழந்தை தாயைத் தேடுகிறது
வாலிபம் காதலைத் தேடுகிறது
ஏழை ஏற்றத்தைத் தேடுகிறான்
பணக்காரன் பதவியைத் தேடுகிறான்
மண் மழைக்கு ஏங்குகிறது
நதிகள் கடலைத் தேடுகிறது
தேவையின்றி தேடல் இல்லை
தேடலில்லா உயிர்கள் உலகில் இல்லை
தேடலே வாழ்வின் தூண்டல்...

காதல் தேடலில் தொடங்கி
கூடலில் சேர்கிறது
நட்பு பேச்சில் தொடங்கி
மூச்சில் கரைகிறது....

அலாரம் வைத்து அதிகாலையை எட்டிப் பார்த்தோம்
பாதி சப்பாத்தி வாயில் இருந்த படி பஸ் பிடிக்க
ஓடினோம்
ஒரே பெஞ்சில் ஒன்பது பேர் அமர்ந்தோம்
திருட்டுத்தனமாய் உணவை உண்டோம்
தேர்வுத் தாளை தீவிரமாய் மாற்றினோம்
கண்சாடைக் காட்டி காதல் செய்தோம்
பீட்டி பீரியடுக்காக பிச்சை எடுத்தோம்
குழந்தைத்தனமான நட்புச்சண்டை போட்டோம்
காலமெல்லாம் என் நெஞ்சில் வாழும் என் பள்ளிக்கூட
ஞாபகங்கள்...

காதல் வலையை
கருவிழி கொண்டு வீசினாள்
மீளமுடியாத மீனாய் மாட்டிக்கொண்டேன்
கரை ஒதுங்கிய மீனாய் துடித்தேன்...

●

வெற்றியின் உச்சத்தில்
விழிகளிருந்து உதிர்ந்தது
ஒவ்வொரு வலிகளுக்கும்
வடிவம் கொடுத்து வந்தது
பாசத்தின் பரிமாற்றத்தில் பாய்ந்தோடியது
கண்களை மூடும் போதெல்லாம்
மழைத்துளியாய் மண்ணைத் தொட்டது
காயங்களுக்கெல்லாம் காலத்தின் மருந்தானது
கண்ணீர்.

உதடுகளில் உதிர்கிறது பொய்மை
கண்களில் உதிர்கிறது உண்மை
உதட்டில் எரிமலை பொங்குகிறது
கண்களில் கடல்நீர் பொங்குகிறது
வார்த்தைகள் வாளாய் வீசுகிறது
கண்கள் காயத்திற்கு மருந்தாய் பேசுகிறது
ஒரு கை அடிக்க ஓங்குகிறது
மறு கை அணைக்கத்தான் ஏங்குகிறது
யாருக்காக இந்த கண்ணாம்பூச்சி
நீயோ சிறகில்லா பட்டாம்பூச்சி...

●

வாழ்த்த அன்பு போதும்
வரவேற்க வாய்ப்பு போதும்
விழாவின் விழிகளை திறக்கச் செய்வது
வரவேற்பென்னும் வெளிச்சமே.
வரவேற்பு இல்லாத விழா
அது
இருளில் தோன்றாத நிலா.

www.ingramcontent.com/pod-product-compliance
Lightning Source LLC
LaVergne TN
LVHW051506170726
843492LV00002B/823